Impressum
Verlag: BABADADA GmbH, Nedderfeld 112 , 22529 Hamburg
Geschäftsführer / Verlagsleitung: Harald Hof
Druck: Books on Demand GmbH, In de Tarpen 42, 22848 Norderstedt

Imprint
Publisher: BABADADA GmbH, Nedderfeld 112 , 22529 Hamburg, Germany
Managing Director / Publishing direction: Harald Hof
Print: Books on Demand GmbH, In de Tarpen 42, 22848 Norderstedt

shule
paaralan

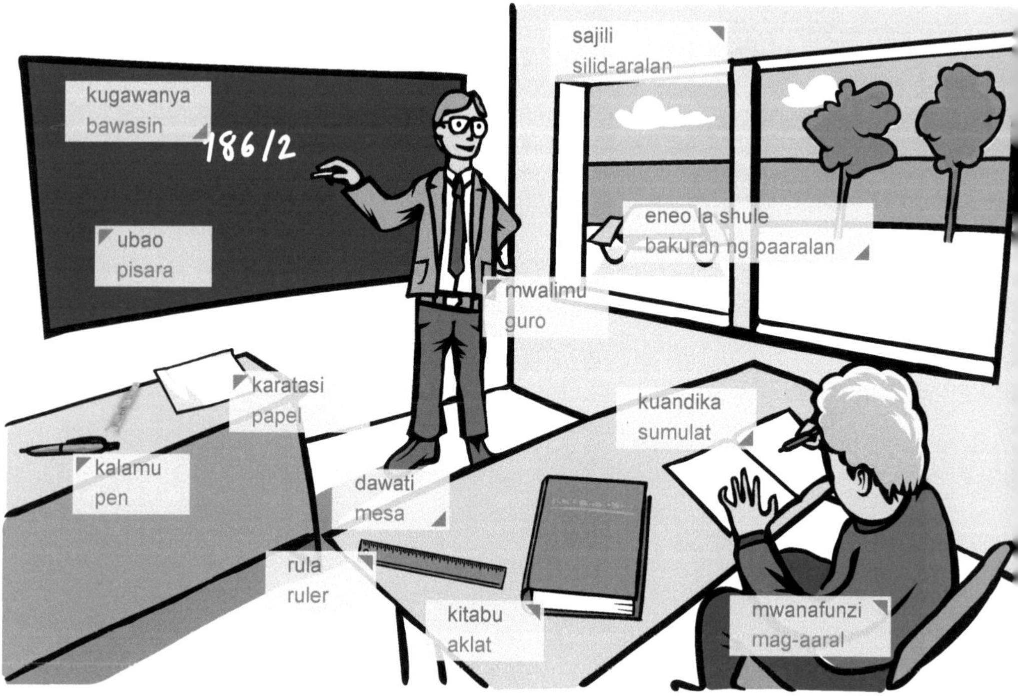

sajili
silid-aralan
kugawanya
bawasin
186/2
ubao
pisara
eneo la shule
bakuran ng paaralan
mwalimu
guro
karatasi
papel
kuandika
sumulat
kalamu
pen
dawati
mesa
rula
ruler
kitabu
aklat
mwanafunzi
mag-aaral

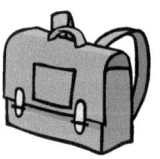

mkoba
satchel

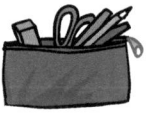

kikasha cha penseli
lalagyan ng lapis

penseli
lapis

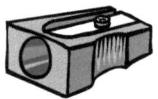

kichonga penseli
pantasa

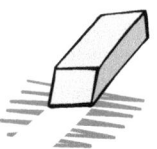

mpira
goma

pedi ya kuchora
drowing pad

uchoraji

drowing

brashi ya rangi

pinsel na pampinta

sanduku la rangi

kahon ng pinta

mkasi

gunting

gundi

pandikit

daftari

aklat para sa pagsasanay

kazi ya nyumbani

takdang-aralin

nambari

numero

jumlisha

dagdagan

ondoa

bawasin

zidisha

paramihin

kokotoa

kalkulahin

barua

liham

alfabeti

alpabeto

neno

salita

shule - paaralan

maandishi

teksto

kusoma

basahin

chaki

yeso

somo

leksyon

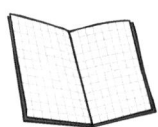

sajili

rehistro

uchunguzi

eksaminasyon

cheti

sertipiko

sare za shule

uniporme sa paaralan

elimu

edukasyon

elezo

encyclopedia

chuo kikuu

unibersidad

darubini

mikroskopyo

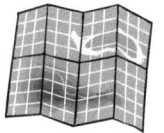

ramani

mapa

kikapu cha kuweka karatasi chafu

basurahan ng papel

hoteli
hotel

hosteli
hostel

ROOMS

ofisi ya ubadilishanaji
tanggapan ng palitan ng pera

CHANGE

sanduku
maleta

gari
kotse

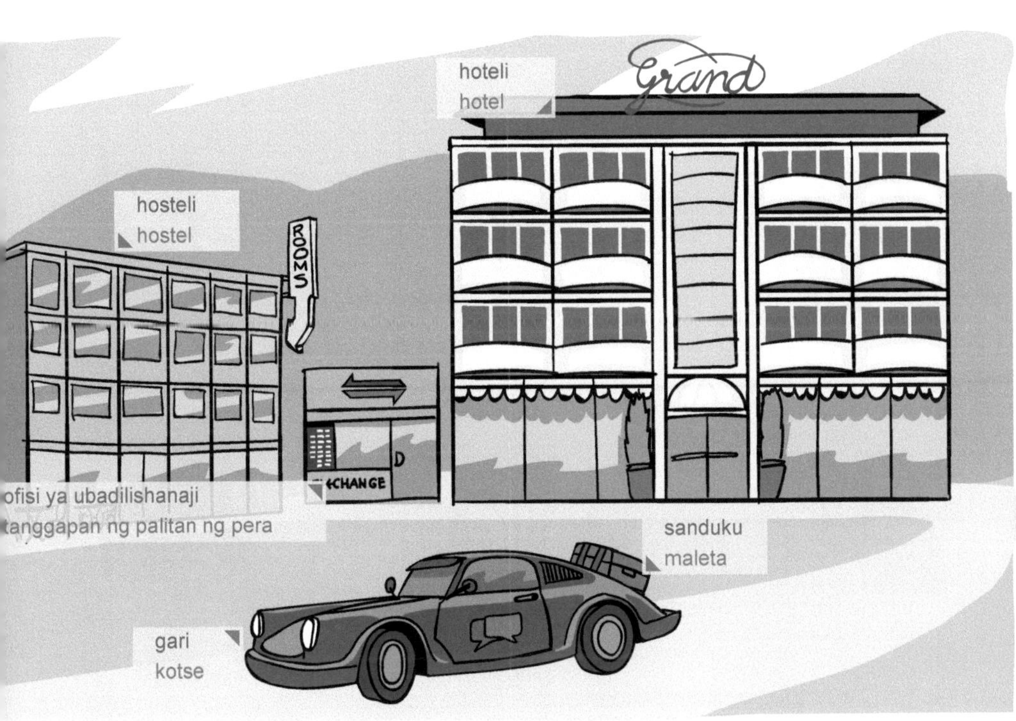

lugha

wika

ndiyo / la

oo / hindi

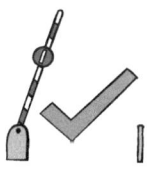

sawa

Okey

hujambo

kumusta

mtafsiri

tagapagsalin

Asante

Salamat

kiasi gani ni ...?

magkano ang...?

Sielewi

Hindi ko maintindihan

tatizo

problema

Jioni njema!

Magandang gabi!

Habari za asubuhi!

Magandang umaga!

Usiku mwema!

Magandang gabi!

kwa heri

paalam

mwelekeo

direksyon

mizigo

bahage

mfuko

bag

shanta

napsak

mgeni

panauhin

chumba

silid

begi la kulalia

sakong tulugan

hema

tolda

taarifa ya utalii
impormasyon ng turista

ufuo
dalampasigan

kadi
credit card

kifunguakinywa
almusal

chakula cha mchana
tanghalian

chakula cha jioni
hapunan

tiketi
tiket

kuinua
elebeytor

muhuri
selyo

mpaka
hangganan

mila
adwana

ubalozi
embahada

visa
visa

pasipoti
pasaporte

usafiri
transportasyon

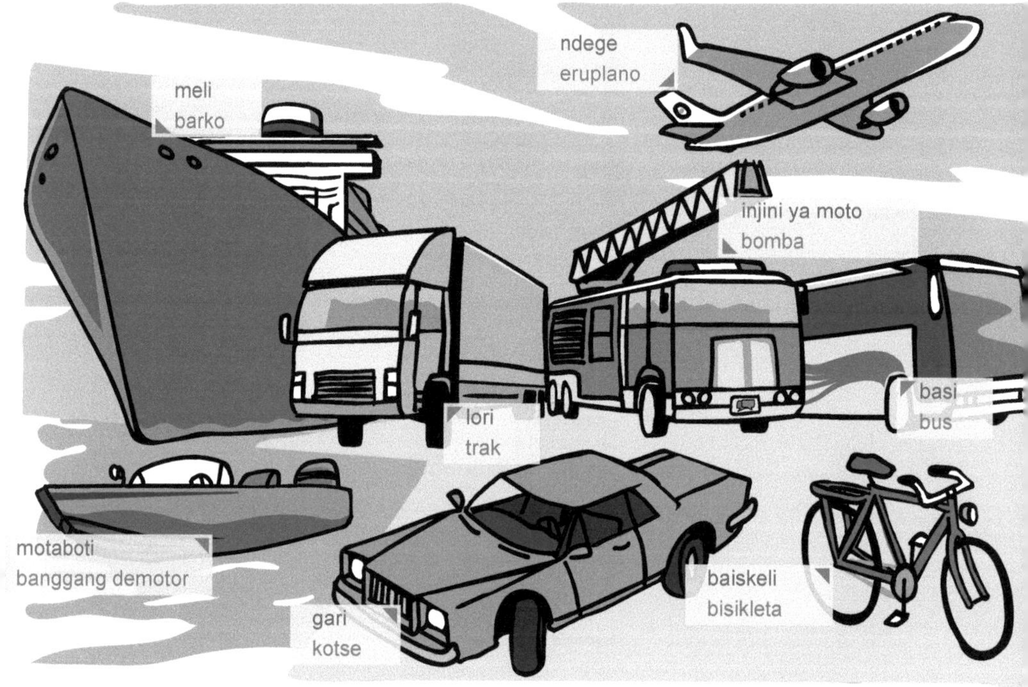
meli
barko
ndege
eruplano
injini ya moto
bomba
basi
bus
lori
trak
motaboti
banggang demotor
baiskeli
bisikleta
gari
kotse

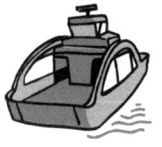

feri

lantsang pantawid

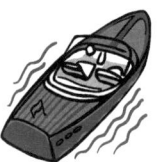

mashua

bangka

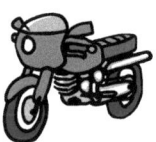

pikipiki

motorsiklo

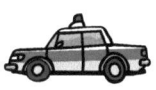

gari la polisi

sasakyan ng pulis

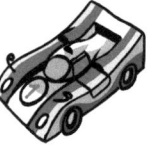

gari la mashindano

kotseng pangkarera

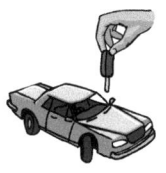

gari la kukodisha

nirerentahang kotse

kushiriki gari
car sharing

lori la kuvuta
trak na panghila

ukusanyaji taka
trak na pantapon ng basura

motor
motor

mafuta
panggatong

kituo cha mafuta
gasolinahan

ishara trafiki
karatula ng trapiko

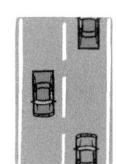

trafiki
trapiko

msongamano
masikip na trapiko

maegesho
paradahan ng kotse

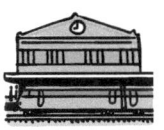

kituo cha treni
estasyon ng tren

reli
riles

garimoshi
tren

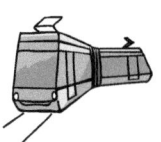

tremu
trambya

gari la mizigo
wagon

helikopta

helikopter

uwanja wa ndege

paliparan

mnara

tore

abiria

pasahero

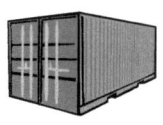

chombo

sisidlan

katoni

karton

mkokoteni

kariton

kikapu

basket

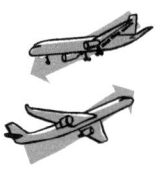

ondoka

umalis / lumapag

jiji
lungsod

kijiji

nayon

katikati ya jiji

sentro ng lungsod

nyumba

bahay

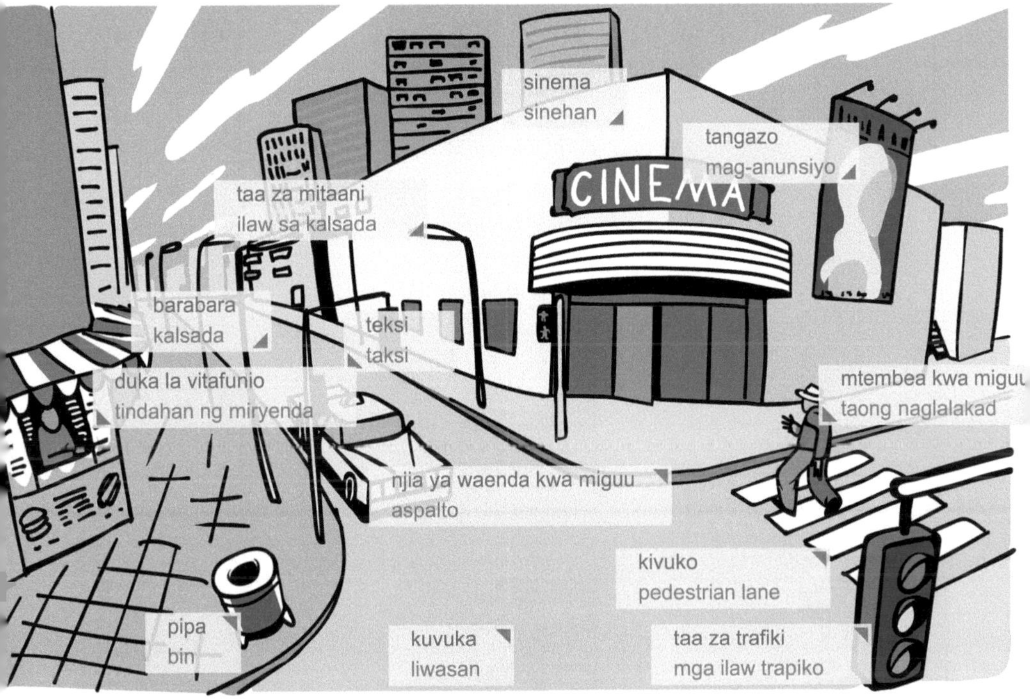

sinema
sinehan

tangazo
mag-anunsiyo

taa za mitaani
ilaw sa kalsada

barabara
kalsada

teksi
taksi

duka la vitafunio
tindahan ng miryenda

mtembea kwa miguu
taong naglalakad

njia ya waenda kwa miguu
aspalto

kivuko
pedestrian lane

pipa
bin

kuvuka
liwasan

taa za trafiki
mga ilaw trapiko

kibanda
kubo

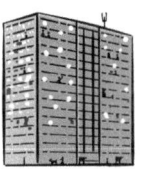

gorofa
patag

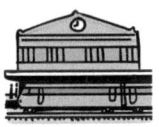

kituo cha treni
estasyon ng tren

ukumbi wa mji
munisipyo

Makavazi
museo

shule
paaralan

jiji - lungsod

chuo kikuu

unibersidad

benki

bangko

hospitali

ospital

hoteli

hotel

duka la dawa

parmasya

ofisi

opisina

duka la kitabu

tindahan ng aklat

duka

tindahan

duka la maua

tindahan ng bulaklak

dukakuu

supermarket

soko

palengke

idara ya kuhifadhi

department store

mwuza samaki

tindahan ng isda

kituo cha ununuzi

sentrong pamilihan

bandari

daungan

jiji - lungsod

Hifadhi

parke

benki

bangko

daraja

tulay

vidato

hagdan

chini ya ardhi

underground

handaki

tunel

kituo cha mabasi

hintuan ng bus

bar

bar

mgahawa

restawran

sanduku la posta

kahon ng koreo

ishara ya barabara

karatula sa kalsada

mita ya maegesho

metro ng paradahan

bustani ya wanyama

zoo

kidimbwi cha kuogelea

swimming pool

msikiti

moske

shamba
....
bukid

uchafuzi
....
polusyon

makaburini
....
libingan

kanisa
....
simbahan

uwanja wa michezo
....
palaruan

hekalu
....
templo

mazingira
tanawin

jani
dahon

ishara ya mwelekeo
posteng pananda

njia
daan

malisho
parang

jiwe
bato

mti
kahoy

mtembeaji wa masafa
hiker

mto
ilog

nyasi
damo

ua
bulaklak

bonde
lambak

kilima
burol

ziwa
look

msitu
kagubatan

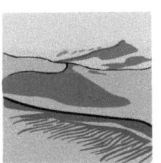

jangwa
disyerto

volkano
bulkan

ngome
kastilyo

upinde wa mvua
bahaghari

uyoga
kabute

mtende
palmera

mbu
lamok

kuruka
langaw

chungu
langgam

nyuki
bubuyog

buibui
gagamba

mende

salagubang

chura

palaka

kuchakuro

ardilya

nungunungu

parkupino

sungura

liyebre

bundi

kuwago

ndege

ibon

swan

sisne

nguruwe mwitu

bulugan

kulungu

usa

aina ya kongoni

moose

bwawa

dam

tabo ya upepo

turbina ng hangin

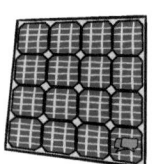

nishaji ya jua

solar panel

hali ya hewa

klima

mgahawa
restawran

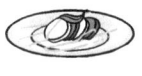

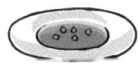

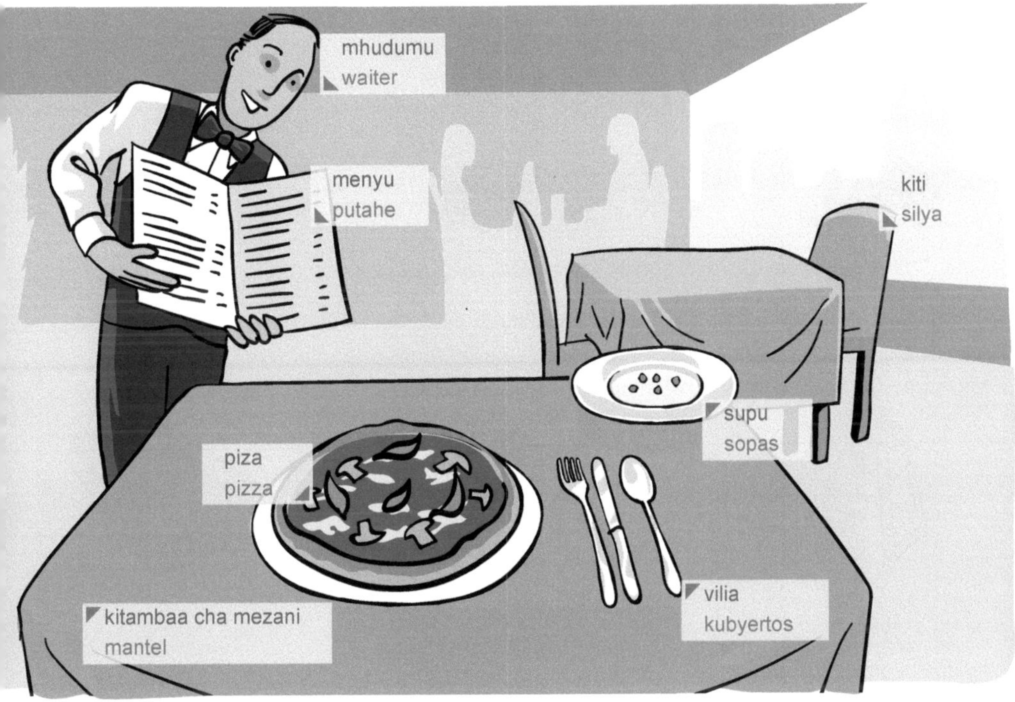

mhudumu
waiter
menyu
putahe
kiti
silya
supu
sopas
piza
pizza
vilia
kubyertos
kitambaa cha mezani
mantel

kiamsha hamu

panimula

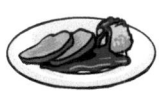

kozi kuu

pangunahing pagkain

kitindamlo

panghimagas

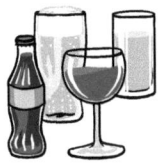

vinywaji

inumin

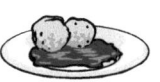

chakula

pagkain

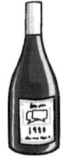

chupa

bote

chakula cha haraka
fastfood

Streetfood
pagkaing kalye

buli
tsarera

kisanduku cha sukari
panutsa

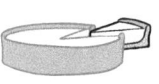

sehemu
bahagi

mashine ya espresso
espresso machine

kiti kirefu
mataas na upuan

muswada
bayarin

trei
bandehado

kisu
kutsilyo

uma
tinidor

kijiko
kutsara

kijiko cha chai
kutsarita

nepi
serviette

glasi
baso

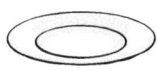

sahani
....
pinggan

sahani ya supu
....
platong pansopas

sufuria
....
platito

mchuzi
....
sawsawan

kichanyaji chumvi
....
pangkalog ng asin

kinu cha pilipili
....
panggiling ng paminta

siki
....
suka

mafuta
....
langis

viungo
....
pampalasa

kechapu
....
ketsup

haradali
....
mustasa

kachumbari nzito
....
mayonnaise

dukakuu
supermarket

ofa maalum
espesyal na alok
FOR
mteja
kustomer
maziwa
produktong mantikilya
matunda
prutas
toroli
troli

BUTCHERS

mchinjaji

butser

BAKERY

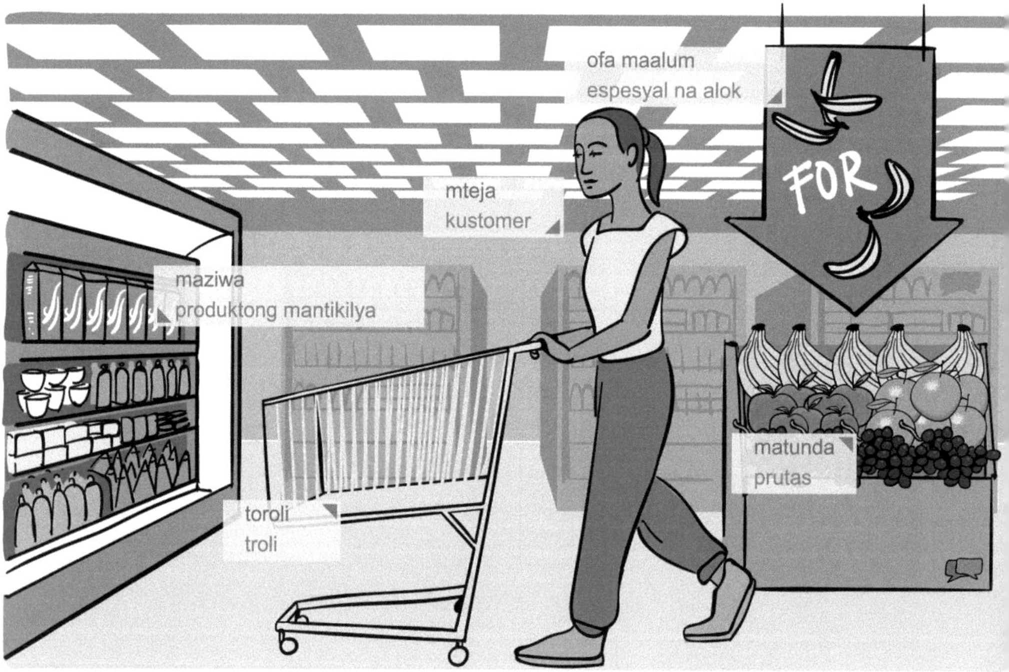

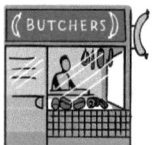

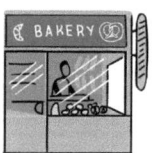

mwokaji

panaderya

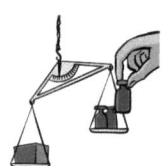

uzito

timbang

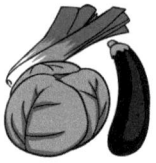

mboga

mga gulay

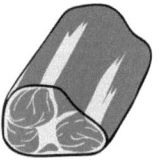

nyama

karne

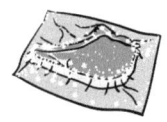

chakula waliohifadhiwa

pinalamig na pagkain

pande vya nyama baridi

malamig na karne

chakula cha kopo

delatang pagkain

sabuni ya unga

pulbos na panlaba

pipi

matatamis

bidhaa za kaya

mga produktong pambahay

bidhaa za kusafisha

mga produktong panlinis

mtu mauzo

tindera

mpaka

cash register

keshia

kahera

orodha ya manunuzi

listahan ng pinamili

masaa ya ufunguzi

oras ng pagbubukas

mkoba

pitaka

kadi

credit card

mfuko

bag

mfuko wa plastiki

plastik bag

maji

tubig

sharubati

juice

maziwa

gatas

coke

coke

mvinyo

alak

bia

serbesa

pombe

alak

kakao

kakaw

chai

tsaa

kahawa

kape

spreso

espresso

kapuchino

cappuccino

ndizi

saging

tufaha

mansanas

machungwa

kahel

tikiti

melon

lemon

limon

karoti

carrot

kitunguu saumu

bawang

mianzi

kawayan

kitunguu

sibuyas

uyoga

kabute

karanga

mani

nudo

noodles

spageti
spaghetti

mpunga
bigas

saladi
ensalada

vibanzi
chips

viazi vya kukaanga
pritong patatas

piza
pizza

hambaga
hamburger

sandwichi
sandwich

kipande
piraso ng karneng walang buto

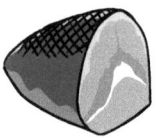

paja la mnyama
hamon

salami
salami

soseji
tsoriso

kuku
manok

choma
inihaw

samaki
isda

oats ya uji

mga porridge oat

muesli

muesli

cornflakes

cornflakes

unga

harina

kroisanti

croissant

andazi

rolyong tinapay

mkate

tinapay

mkate wa kubanika

tostado

biskuti

biskuwit

siaqi

mantikilya

maziwa mgando

keso

keki

keyk

yai

itlog

yai kukaanga

pritong itlog

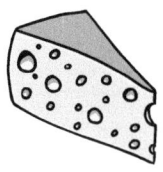

jibini

keso

aiskrimu
sorbetes

sukari
asukal

asali
pulot

jemu
jam

kuenea kwa chokoleti
tsokolateng pinapahid

mchuzi wa viungo
curry

shamba
bukid

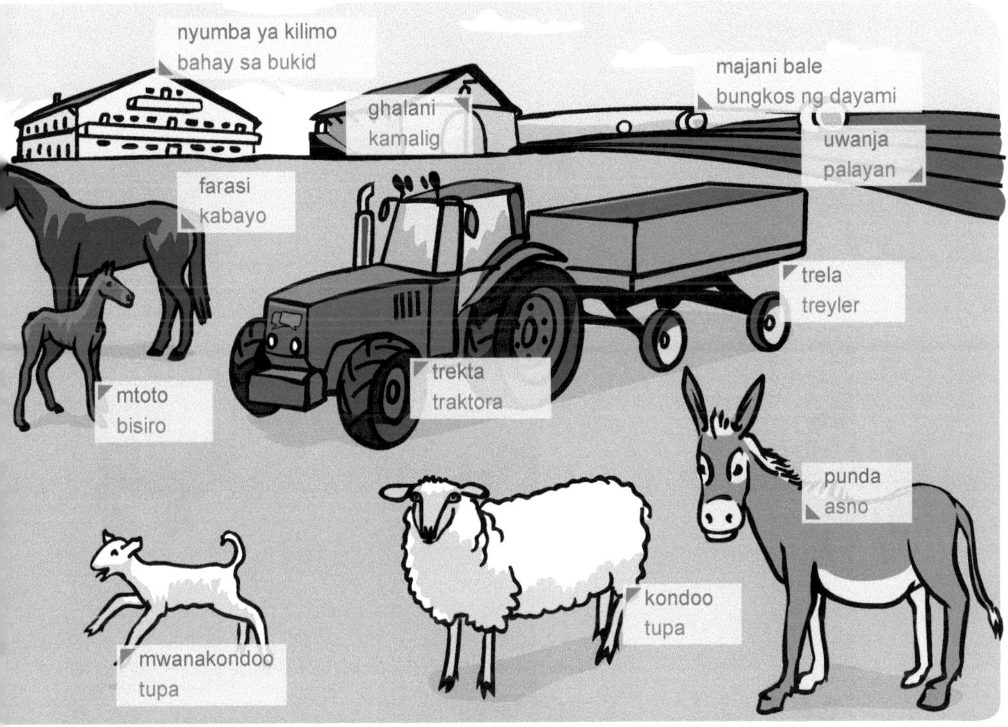

nyumba ya kilimo
bahay sa bukid
majani bale
bungkos ng dayami
ghalani
kamalig
uwanja
palayan
farasi
kabayo
trela
treyler
trekta
traktora
mtoto
bisiro
punda
asno
kondoo
tupa
mwanakondoo
tupa

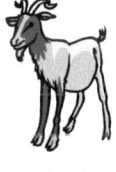

mbuzi

kambing

ng'ombe

baka

ndama

guya

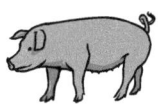

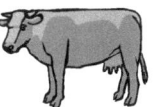

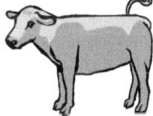

nguruwe

baboy

mwananguruwe

biik

fahali

toro

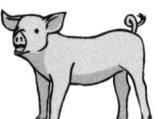

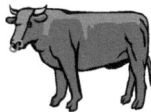

batabukini

gansa

bata

pato

kifaranga

sisiw

kuku

inahin

jogoo

katyaw

panya

daga

paka

pusa

panya

daga

ng'ombe

kapong baka

mbwa

aso

nyumba ya mbwa

bahay ng aso

bomba la bustani

hose sa hardin

debe la kumwagilia maji

latang pandilig

fyekeo

haras

kulima

araro

mundu

karit

jembe

asarol

uma wa nyasi

tuhugin

shoka

palakol

toroli

karitela

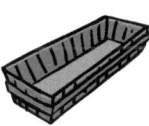

kupitia nyimbo

sabsaban

chombo cha maziwa

lata ng gatas

gunia

sako

ua

bakod

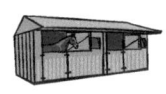

imara

kuwadra

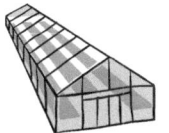

chafu

punlaan

udongo

lupa

mbegu

buto

mbolea

pataba

kivunaji

combine harvester

mavuno

mag-ani

mavuno

ani

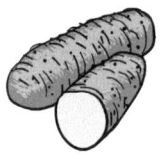

viazi vikuu

yams

ngano

trigo

soya

soya

viazi

patatas

mahindi

mais

rapa

rapeseed

mti wa matunda

kahoy na namumunga

muhogo

kamoteng kahoy

nafaka

siryal

nyumba
bahay

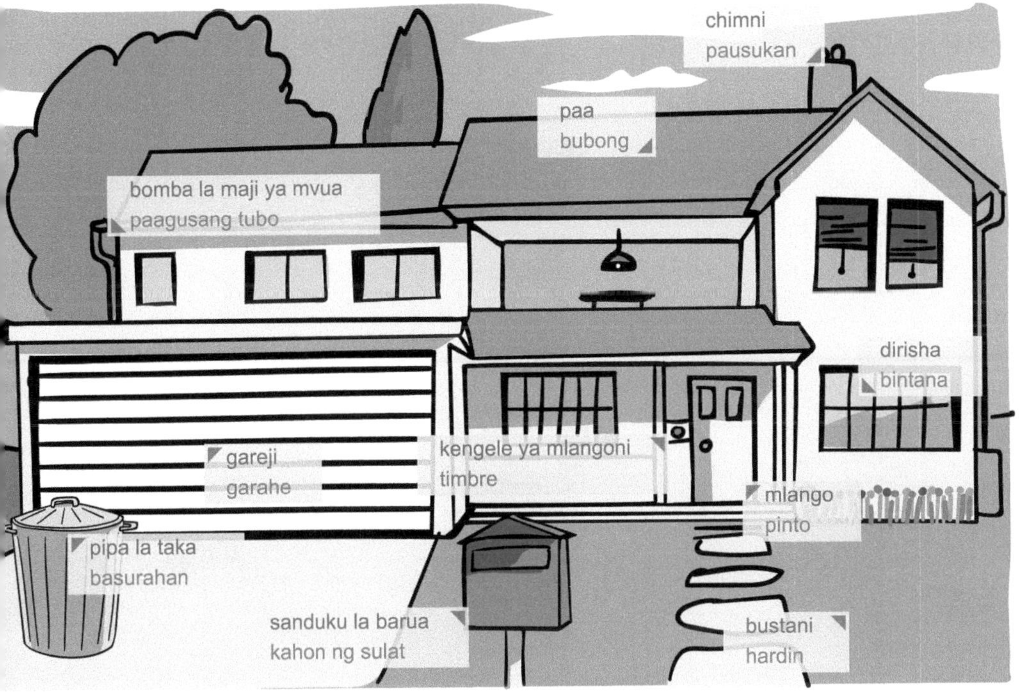
chimni
pausukan
paa
bubong
bomba la maji ya mvua
paagusang tubo
dirisha
bintana
gareji
garahe
kengele ya mlangoni
timbre
mlango
pinto
pipa la taka
basurahan
sanduku la barua
kahon ng sulat
bustani
hardin

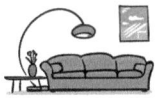

sebuleni

salas

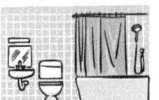

bafu

palikuran

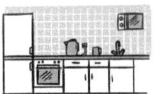

jikoni

kusina

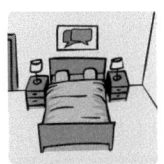

chumba cha kulala

silid-tulugan

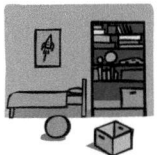

chumba ya mtoto

silid ng bata

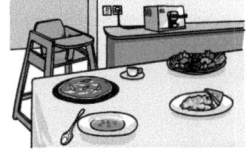

chumba cha kulia

hapag-kainan

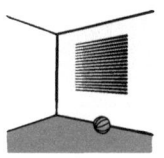

sakafu

sahig

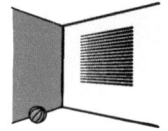

ukuta

pader

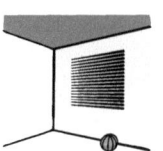

dari

kisame

pishi

bodega ng alak

sauna

sauna

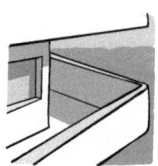

roshani

balkonahe

mtaro

terasa

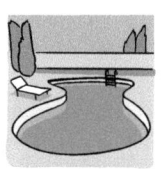

kidimbwi

pool

mashine ya kukata nyasi

pamputol ng damo

karatasi

piraso ng papel

kitambaa cha kupamba
kitanda

kobrekama

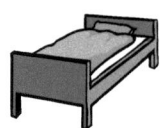

kitanda

higaan

ufagio

walis

ndoo

timba

kubadili

pindutan

sebuleni

salas

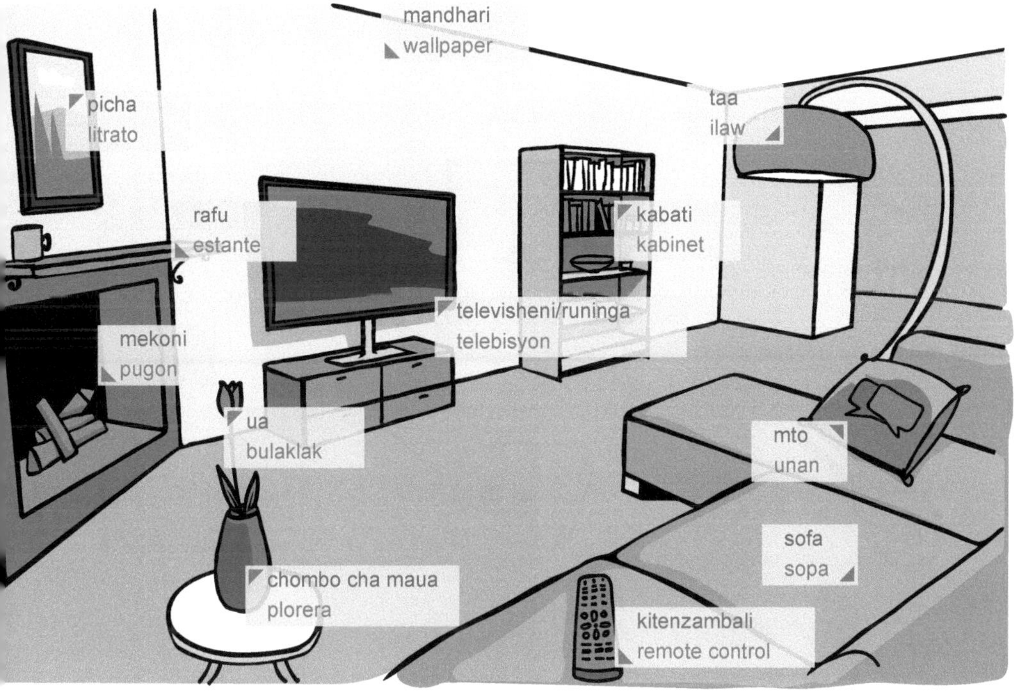

mandhari
wallpaper
picha
litrato
taa
ilaw
rafu
estante
kabati
kabinet
televisheni/runinga
telebisyon
mekoni
pugon
ua
bulaklak
mto
unan
sofa
sopa
chombo cha maua
plorera
kitenzambali
remote control

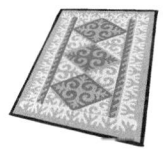

zulia

karpet

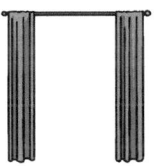

pazia

kurtina

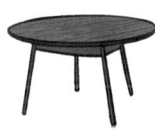

meza

mesa

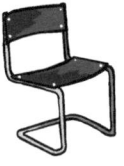

kiti

silya

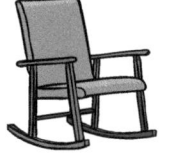

kiti cha bembea

tumba-tumba

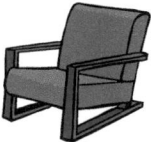

armchair

sandalan

kitabu
aklat

blanketi
kumot

mapambo
dekorasyon

kuni
kahoy na panggatong

filamu
pelikula

kifaa cha hi-fi
hi-fi

ufunguo
susi

gazeti
dyaryo

uchoraji
pinta

bango
poster

redio
radyo

daftari
kuwaderno

kifyonza
vacuum cleaner

dungusi kakati
kaktus

mshumaa
kandila

jikoni
kusina

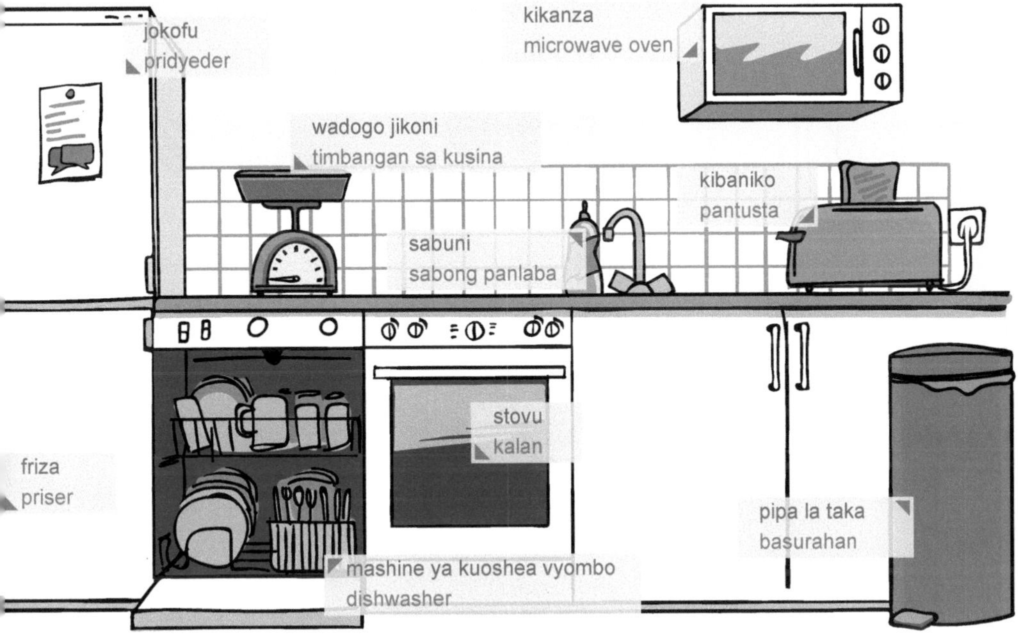
jokofu
pridyeder
kikanza
microwave oven
wadogo jikoni
timbangan sa kusina
kibaniko
pantusta
sabuni
sabong panlaba
stovu
kalan
friza
priser
pipa la taka
basurahan
mashine ya kuoshea vyombo
dishwasher

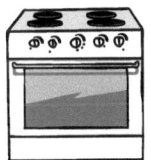

jiko la kupika

lutuan

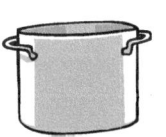

chungu

kaldero

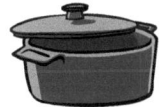

sufuria ya chuma

kalderong bakal

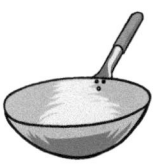

wok / kadai

wok / kadai

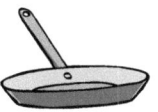

kaango

kawali

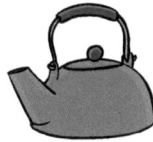

birika

takore

stima
pasingawan

sinia ya kuoka
bandehado sa paghuhurno

vyombo vya udongo
babasagin

kombe
mug

bakuli
mangkok

vijiti vya kulia
sipit ng intsik

ukawa
sandok

mwiko mpana
spatula

burashi
pampalis

kichujio
pansala

chujio
salaan

mbuzi
pangkayod

chokaa
almires

barbeque
barbikyo

moto wazi
siga

ubao wa majaribio

tadtaran

kijiti cha kusukuma unga

rodilyo

kizibuo

tribuson

kopo

lata

inaweza kopo

pambukas ng lata

kishikio cha chungu

panghawak ng kaldero

karo

lababo

brashi

bras

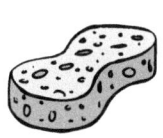

sifongo

espongha

kisagaji matunda

blender

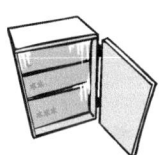

friji ya kina

malalim na freezer

chupa ya mtoto

bote ng sanggol

bomba

gripo

bafu
palikuran

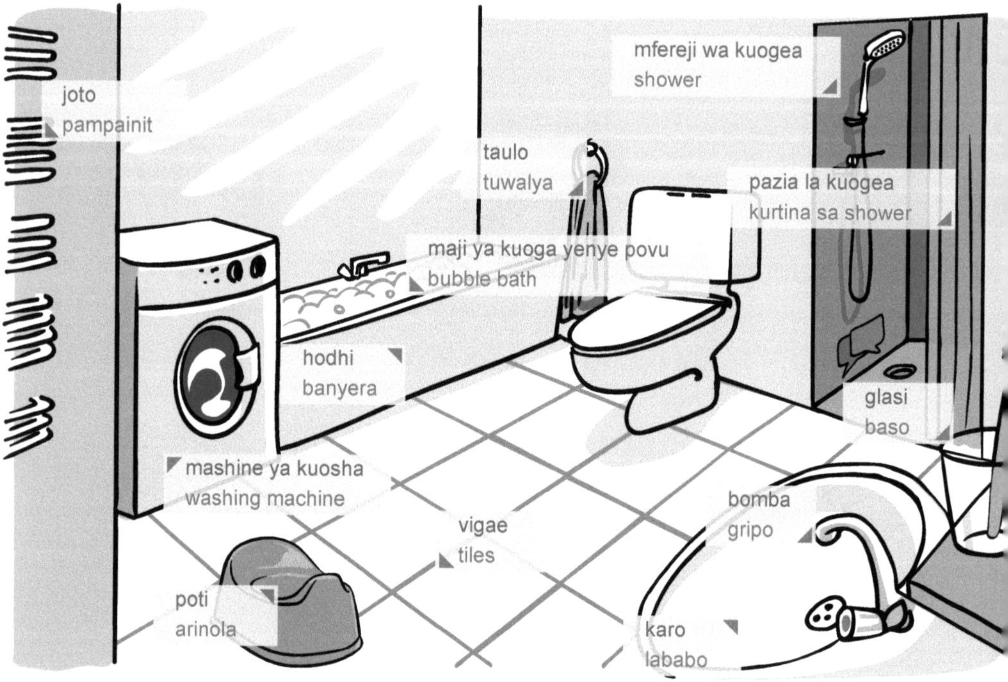

joto
pampainit
taulo
tuwalya
mfereji wa kuogea
shower
pazia la kuogea
kurtina sa shower
maji ya kuoga yenye povu
bubble bath
hodhi
banyera
glasi
baso
mashine ya kuosha
washing machine
vigae
tiles
bomba
gripo
poti
arinola
karo
lababo

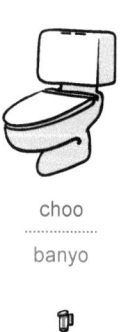

choo
banyo

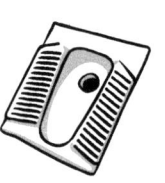

choo cha squat
squat toilet

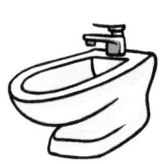

beseni la mviringo
bidet

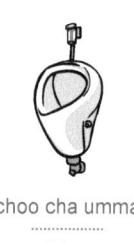

choo cha umma
ihian

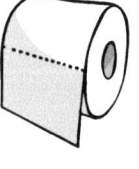

shashi
toilet paper

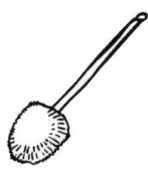

brashi ya choo
iskoba sa banyo

mswaki
sipilyo

dawa ya meno
tutpeyst

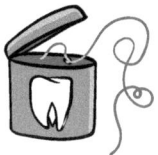

dawa ya meno
dental floss

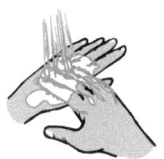

safisha
hugasan

kuoga mkono
shower na hinahawakan

msukumo wa maji
dutsa

bonde
palanggana

mpako wa pili
bras panlikod

sabuni
sabon

jeli ya kuogea
shower gel

shampuu
shampoo

flana
pranela

toa maji
paagusan

krimu
krema

kiondoa harufu
deodorant

kioo
salamin

kioo mkono
salaming hinahawakan

kinyozi
pang-ahit

povu la kunyoa
bulang pang-ahit

baada ya kunyoa
aftershave

kichana
suklay

brashi
brush

kikausha nywele
pantuyo ng buhok

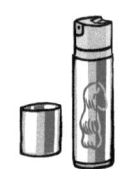

marashi ya nyewele
sprey sa buhok

vipodozi
makeup

kidomwa
lipistik

varnish ya msumari
pampakintab ng kuko

pamba
bulak na lana

mkasi wa kucha
panggupit ng kuko

manukato
pabango

mkoba wa kuosha
washbag

kinyesi
stool

mizani
timbangan

nguo ya kuoga
bata

glavu za mpira
gomang guwantes

kisodo
tampon

sodo
malinis na tuwalya

kemikali choo
chemical toilet

chumba ya mtoto

silid ng bata

saa ya kengele
alarm clock
kidoli cha kupakata
nayayakap na laruan
gari bandia
laruang kotse
kelele
kuliling
chumba cha midoli
bahay ng manika
sasa
regalo

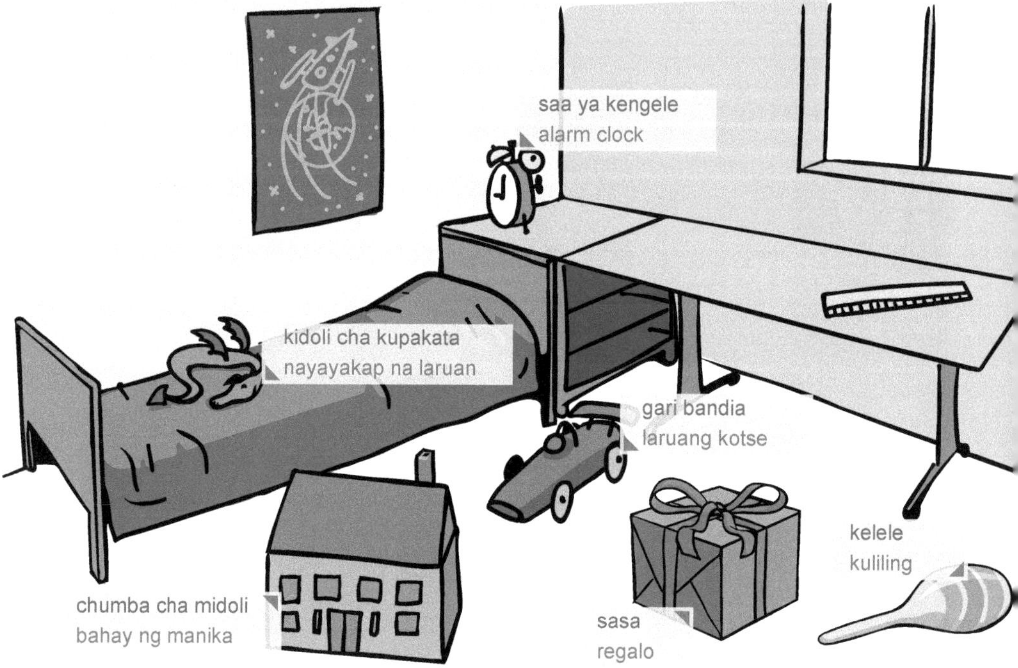

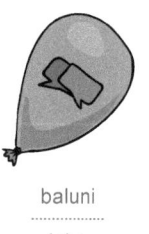

baluni

lobo

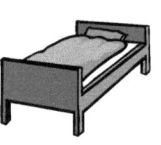

kitanda

higaan

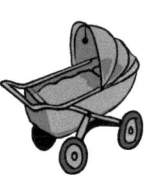

mashua

pram

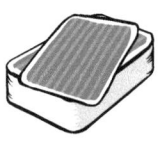

staha ya kadi

hanay ng mga baraha

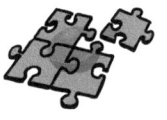

mchezo-fumb

jigsaw

vichekesho

komiks

matofali lego
lego bricks

vitalu mwigo
blokeng laruan

hatua takwimu
action figure

suti ya kulalia
paglaki ng sanggol

kisahani
frisbee

simu
mobile

ubao wa michezo
board game

kete
dice

garimoshi mwigo
model train set

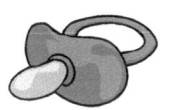

dummy
manikin

chama
salu-salo

picha kitabu
aklat ng mga litrato

mpira
bola

kikaragosi
manika

kucheza
maglaro

shimo la mchanga

tibagan ng buhangin

bembea

duyan

vitu bandia

mga laruan

kiweko cha video ya mchezo

video game console

baiskeli ya magurudumu

traysikel

matatu

mwanasesere

teddy bear

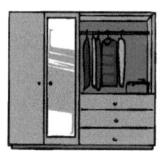

kabati

aparador

soksi

medyas

stokingi

stockings

kibano

pampitis

skafu
bandana

ukanda
sinturon

mwavuli
payong

fulana
t-shirt

viatu
bota

ndara
tsinelas

wakufunzi
sneakers

malapa
sandalyas

viatu
sapatos

mabuti ya mpira
botang degoma

suruali ya ndani
salawal

sidiria
bra

fulana
tsaleko

mwili
katawan

suruali
pantalon

dangirizi
jeans

sketi
palda

blauzi
blusa

shati
kamiseta

vuta
pullover

sweta
panlamig

bleza
blazer

jaketi
diyaket

koti
kapa

koti la mvua
kapote

maleba
kasuotan

gauni
bistida

mavazi ya harusi
damit pangkasal

suti
terno

vazi la usiku
damit pantulog

pajama
padyama

sari
sari

skafu
bandana sa ulo

kilemba
turban

burka
burka

kaftan
kaftan

abaya
abaya

vazi la kuogelea
panlangoy

vazi la kiume la kuogelea
trunks

kaptura
salawal

teitei
tracksuit

aproni
apron

glavu
guwantes

kifungo

butones

glasi

salamin

bangili

pulseras

mkufu

kuwintas

pete

singsing

herini

hikaw

kofia

takip

kiango cha koti

sabitan ng kapa

kofia

sombrero

tai

kurbata

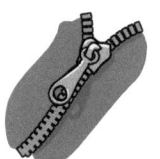

zipu

siper

kofia

helmet

kanda za suruali

tirante

sare za shule

uniporme sa paaralan

sare

uniporme

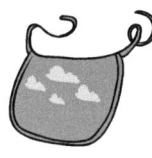

bibu

bibero

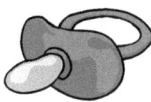

dummy

manikin

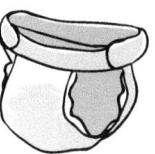

nepi

lampin

ofisi

opisina

seva
server
kabati la kuweka faili
kabinet ng file
kichapishaji
printer
karatasi
papel
kiwambo
monitor
kipanya
mouse
dawati
mesa
folda
polder
kibodi
keyboard
cha kuweka karatasi chafu
han ng papel
kompyuta
kompyuter
kiti
upuan

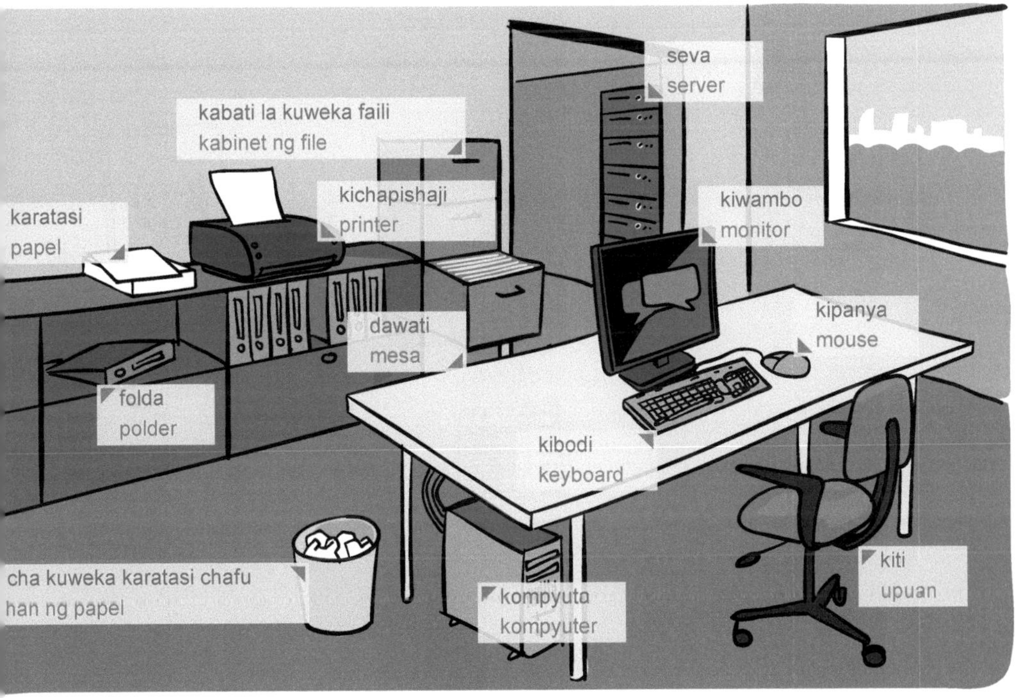

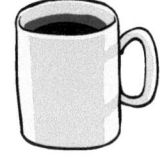

kmobe la kahawa

tasa ng kape

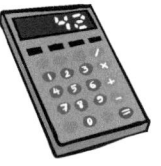

kikokotoo

calculator

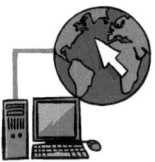

biashara

internet

mbali

laptop

barua

sulat

ujumbe

mensahe

rununu

mobile

intaneti

network

fotokopia

photocopier

programu

software

simu

telepono

soketi

saksakan

kipepesi

fax machine

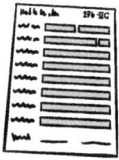

fomu

anyo

hati

dokumento

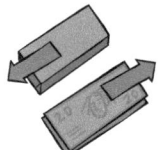

kununua

bumili

kulipa

magbayad

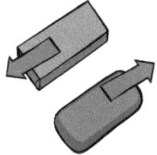

biashara

ikalakal

fedha

pera

dola

dolyar

yuro

euro

yeni

yen

rouble

rublo

faranga ya Uswisi

swiss franc

renminbi yuan

renminbi yuan

rupia

rupee

eneo la kulipia

cash point

ofisi ya ubadilishanaji

tanggapan ng palitan ng pera

dhahabu

ginto

fedha

tanso

mafuta

langis

nishati

enerhiya

bei

presyo

mkataba

kontrata

kodi

buwis

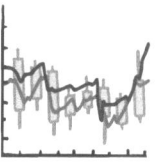

bidhaa

stock

kazi

trabaho

mfanyakazi

empleyado

mwajiri

taga-empleyo

kiwanda

pabrika

duka

tindahan

afisa wa polisi
opisyal ng opisyal

mzimamoto
bombero

mpishi
tagapagluto

daktari
doktor

rubani
piloto

mtunza bustani

hardinero

seremala

karpentero

mshonaji

mananahi

hakimu

hukom

mwanakemia

kemiko

muigizaji

aktor

dereva wa basi

tsuper ng bus

dereva wa teksi

tsuper ng taxi

mvuvi

mangingisda

mwanamke wa kusafisha

tagapaglinis

mwezekaji

tagapagkabit ng bubong

mhudumu

waiter

mwindaji

mangangaso

mchoraji

pintor

mwokaji

panadero

umeme

elektrisyan

mjenzi

tagapagtayo

mhandisi

inhinyero

mchinjaji

magkakarne

fundi bomba

tubero

mwanaposta

kartero

kazi - mga trabaho

mwanajeshi

sundalo

msanifu majengo

arkitekto

keshia

kahera

muuza maua

magtitinda ng bulaklak

msusi

manggugupit

kondakta

konduktor

mekanika

mekaniko

nahodha

kapitan

daktari wa meno

dentista

mwanasayansi

siyentipiko

rabbi

rabbi

imamu

imam

mtawa

monghe

kasisi

klero

zana
mga kagamitan

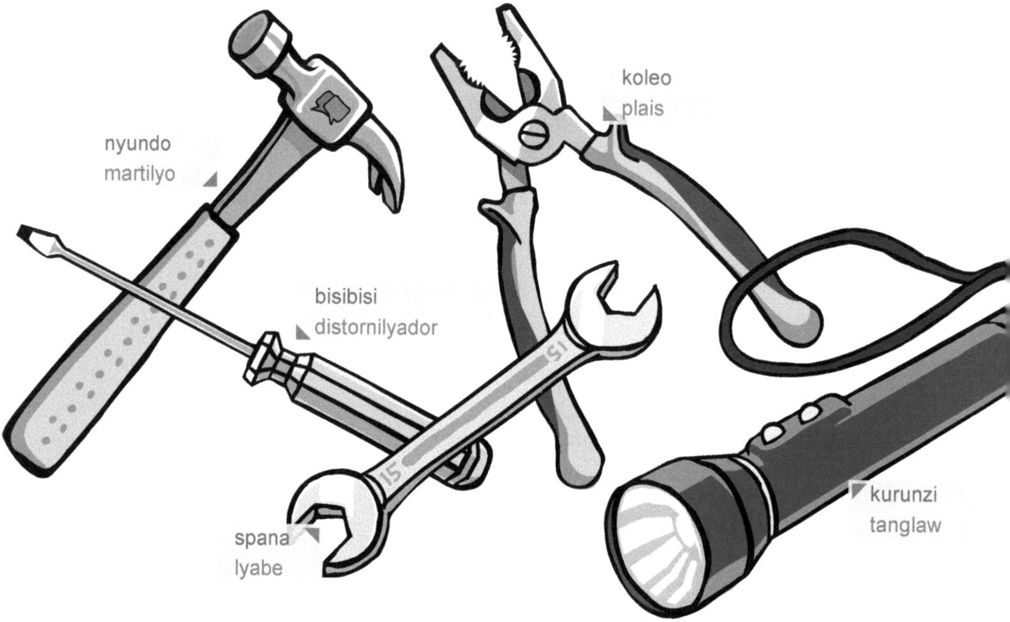
nyundo
martilyo
koleo
plais
bisibisi
distornilyador
spana
lyabe
kurunzi
tanglaw

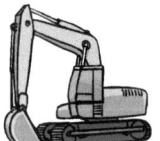

mchimbaji

panghukay

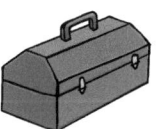

sanduku la vifaa

toolbox

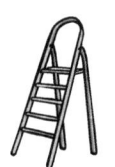

ngazi

hagdan

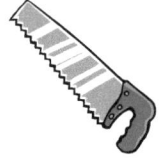

msumeno

lagari

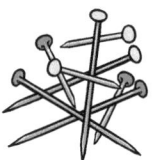

misumari

mga pako

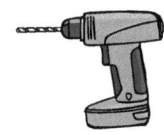

kuchimba visima

pambutas

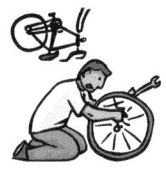

kukarabati

kumpunihin

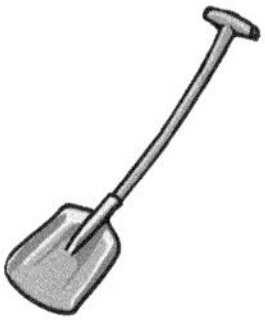

sepetu

pala

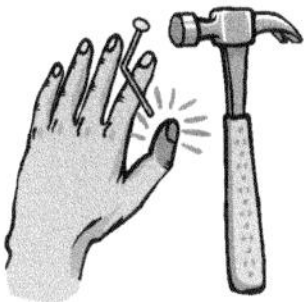

Lo!

Kainis!

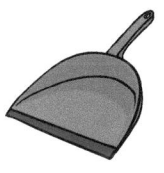

kishikio cha uchafu

pandakot

chungu cha rangi

palayok ng pintura

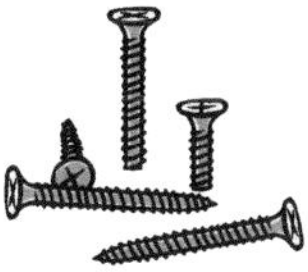

skurubu

mga tornilyo

ala za muziki
mga pangmusikang instrumento

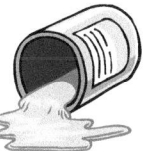

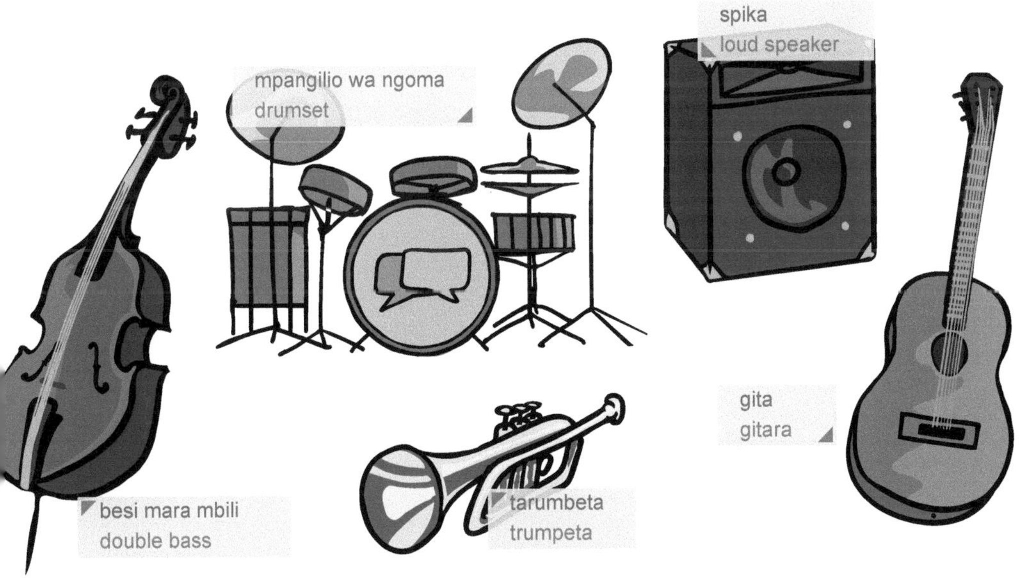
spika
loud speaker
mpangilio wa ngoma
drumset
gita
gitara
besi mara mbili
double bass
tarumbeta
trumpeta

piano
....
piyano

fidla
....
biyolin

ubeji
....
bass

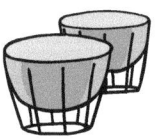

timpani
....
timpani

ngoma
....
mga drum

kibodi
....
keyboard

saksafoni
....
saksopon

filimbi
....
plauta

maikrofoni
....
mikropono

ala za muziki - mga pangmusikang instrumento

bustani ya wanyama

zoo

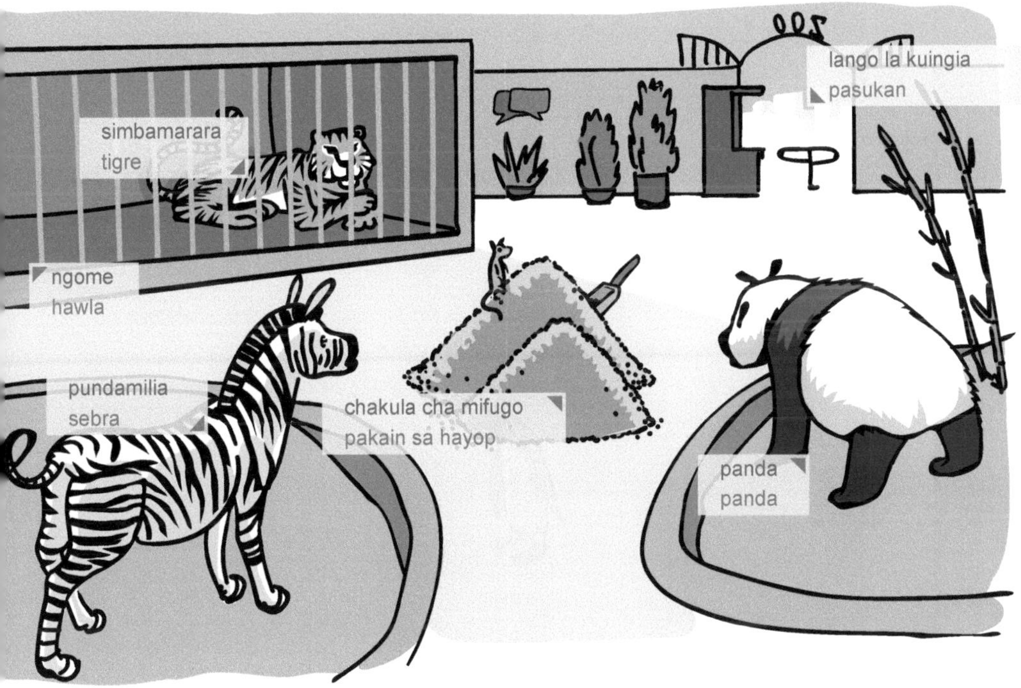

lango la kuingia
pasukan
simbamarara
tigre
ngome
hawla
pundamilia
sebra
chakula cha mifugo
pakain sa hayop
panda
panda

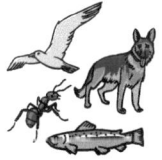

wanyama

mga hayop

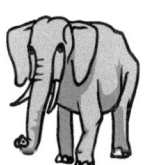

tembo

elepante

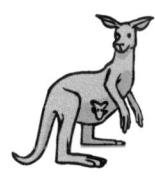

kangaruu

kanggaro

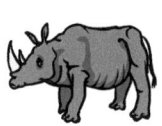

kifaru

rhino

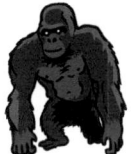

sokwe

gorilya

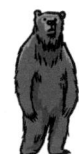

dubu

oso

ngamia

kamelyo

mbuni

ostrich

simba

leon

tumbili

unggoy

heroe

flamingo

kasuku

loro

dubu

polar bear

penguini

penguin

papa

pating

tausi

paboreal

nyoka

ahas

mamba

buwaya

mtunza wanyama

tagapag-alaga ng zoo

muhuri

seal

jaguar

jaguar

mwanafarasi

buriko

chui

leopardo

kiboko

hipo

twiga

dyirap

tai

agila

nguruwe mwitu

bulugan

samaki

isda

kobe

pagong

sili

walrus

mbweha

soro

paa

gasel

soka ya marekani
Amerikanong putbol

uendeshaji baiskeli
pamimisikleta

tenisi
tennis

mpira wa kikapu
basketbol

kuogelea
paglalangoy

ndondi
boksing

magongo ya barafuni
ice-hockey

soka
soccer

vinyoya
badminton

riadha
atletiks

mpira wa mikono
handball

skii
skiing

polo
polo

cheka
tumawa

kuruka
tumalon

kumbatia
yakapin

kutembea
lumakad

kuimba
kumanta

ota ndoto
mangarap

kuomba
magdasal

busu
halikan

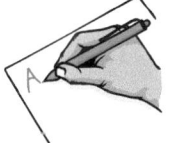

kuandika

sumulat

kuteka

gumuhit

angalia

ipakita

sukuma

itulak

kutoa

magbigay

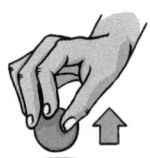

kuchukua

kunin

kuwa

magkaroon

fanya

gawin

kuwa

maging

kusimama

tumayo

kukimbia

tumakbo

vuta

hilahin

kutupa

itapon

kuanguka

malaglag

hadaa

mahiga

kusubiri

hintayin

kubeba

dalhin

kukaa

umupo

vaa nguo

magbihis

usingizi

matulog

kuamka

gumising

kuangalia
tumingin

lia
umiyak

kiharusi
estilo

chana nywele
magsuklay

ongea
magsalita

kuelewa
intindihin

kuuliza
magtanong

kusikiliza
makinig

kunywa
uminom

kula
kumain

nadhifisha
linisin

upendo
mahal

mpishi
magluto

gari
magmaneho

kuruka
lumipad

meli

maglayag

kokotoa

kalkulahin

kusoma

basahin

kujifunza

matuto

kazi

trabaho

kuoa

pakasalan

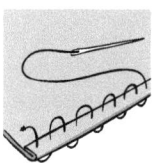

kushona

tahiin

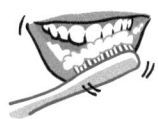

piga mswaki

magsipilyo ng ngipin

kuua

patayin

moshi

manigarilyo

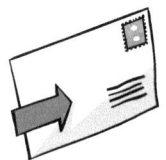

kutuma

magpadala

familia
pamilya

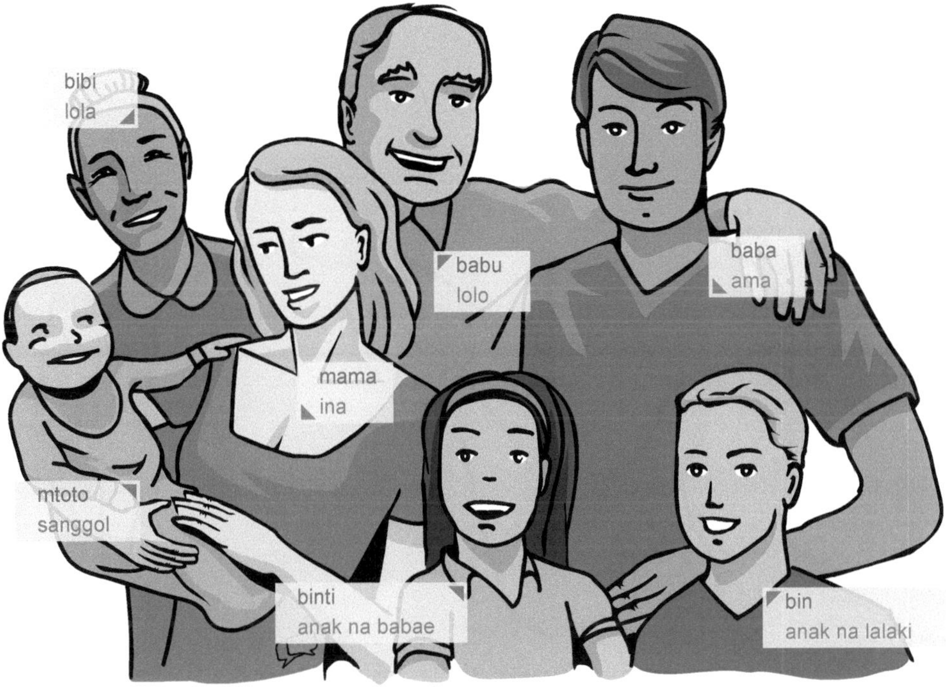
bibi
lola
babu
lolo
baba
ama
mama
ina
mtoto
sanggol
binti
anak na babae
bin
anak na lalaki

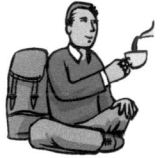

mgeni

panauhin

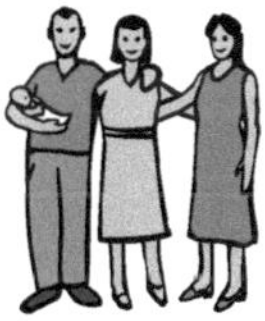

shangazi

tiya

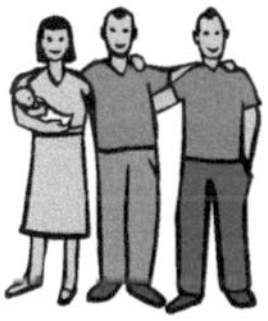

mjomba

tiyo

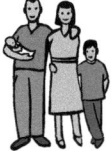

kaka

kuya

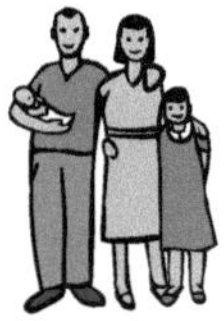

dada

ate

mwili
katawan

paji la uso
noo
jicho
mata
bega
balikat
kidole
daliri
uso
mukha
kidevu
baba
mkono
kamay
mguu
binti
matiti
suso
mkono
bisig

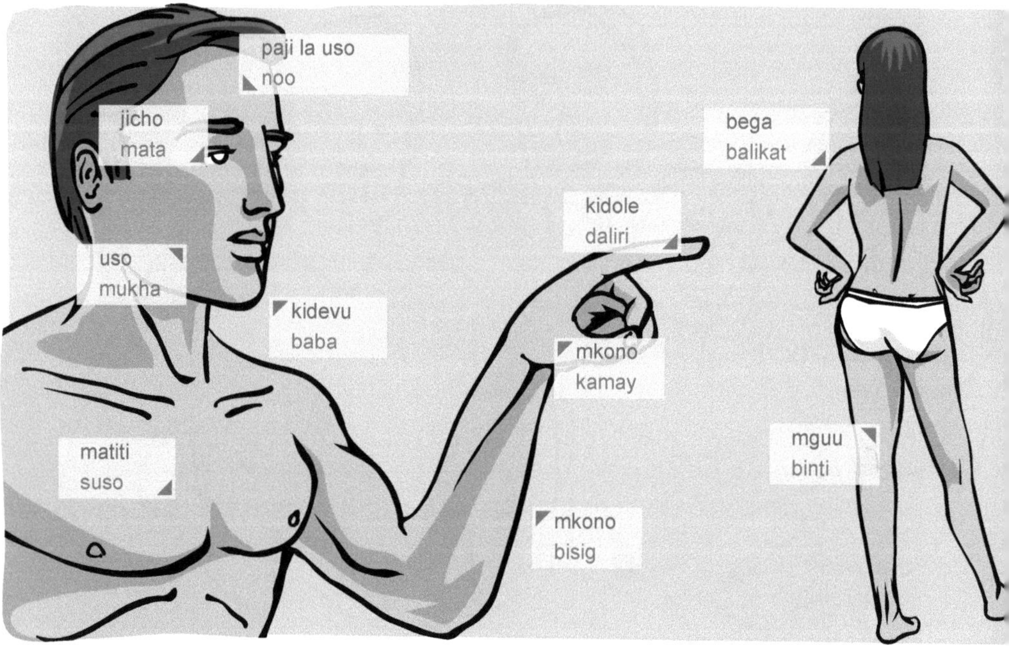

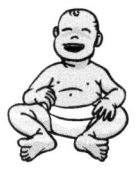

mtoto
sanggol

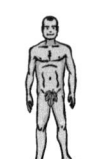

mwanamume
lalaki

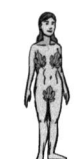

mwanamke
babae

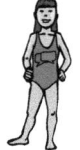

msichana
batang babae

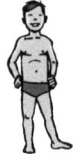

mvulana
batang lalaki

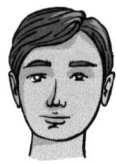

kichwa
ulo

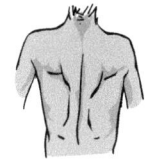

nyuma

likod

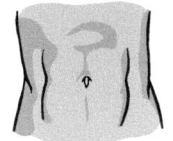

tumbo

tiyan

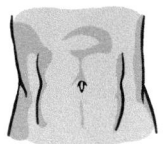

kitovu

pusod

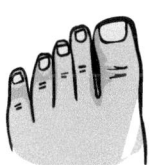

chano

daliri ng paa

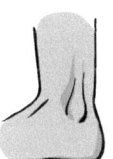

kisigino

takong

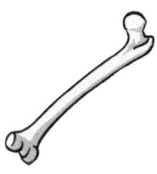

mfupa

buto

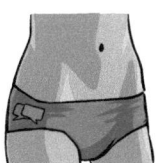

nyonga

balakang

goti

tuhod

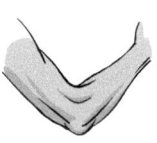

kiwiko

siko

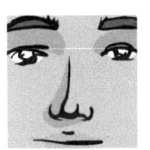

pua

ilong

chini

gitna

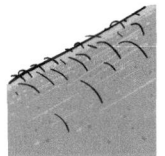

ngozi

balat

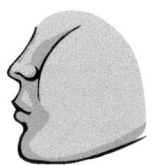

shavu

pisngi

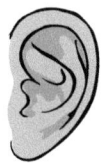

sikio

tainga

mdomo

labi

kinywa

bibig

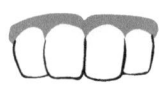

jino

ngipin

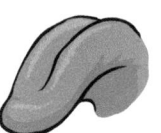

ulimi

dila

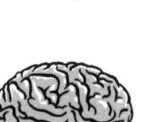

ubongo

utak

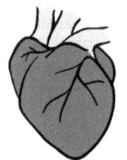

moyo

puso

misuli

kalamnan

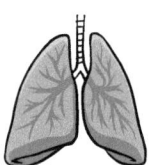

pafu

baga

ini

atay

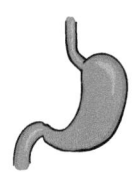

tumbo

sikmura

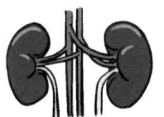

figo

mga bato

jinsia

pagtatalik

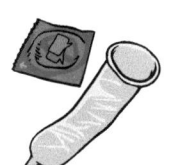

kondomu

kondom

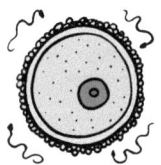

ovari

obyum

shahawa

semen

mimba

pagbubuntis

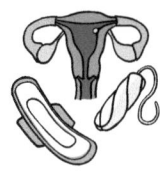

hedhi
....
pagreregla

uke
....
vagina

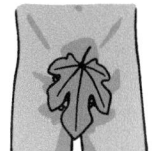

uume
....
ari ng lalaki

unyusi
....
kilay

nywele
....
buhok

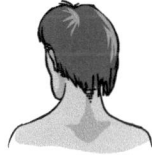

shingo
....
leeg

hospitali
ospital

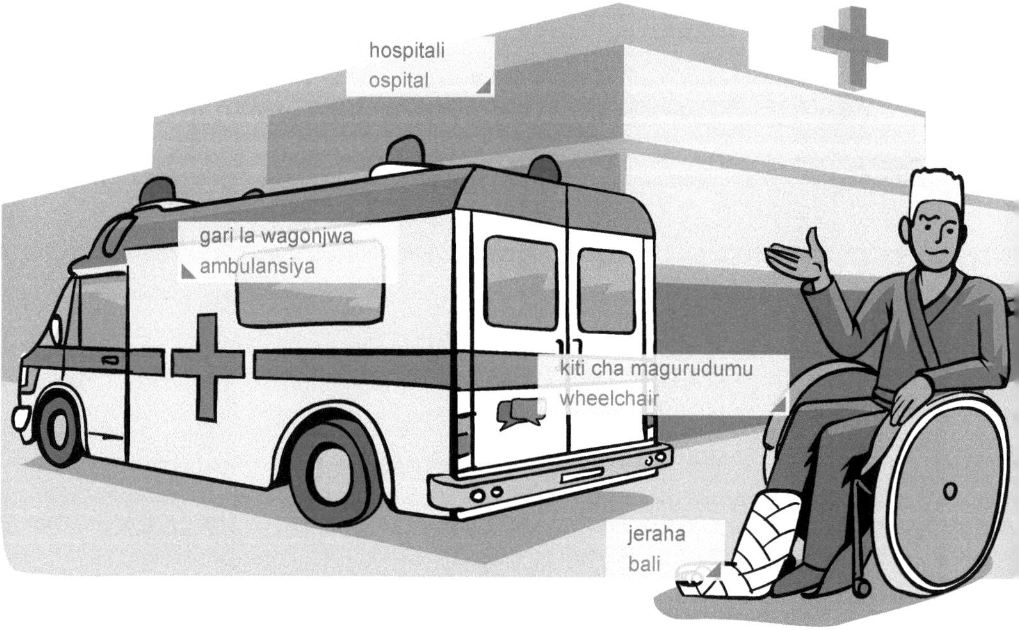

hospitali
ospital
gari la wagonjwa
ambulansiya
kiti cha magurudumu
wheelchair
jeraha
bali

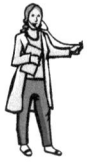

daktari

doktor

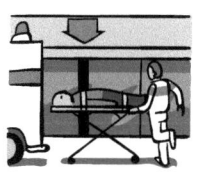

chumba cha dharura

silid pang-emergency

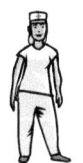

muuguzi

nars

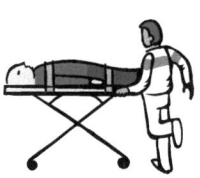

dharura

emerhensiya

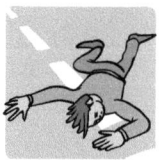

kupoteza fahamu

walang malay

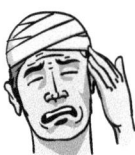

maumivu

pananakit

kuumia

pinsala

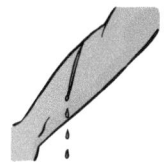

kutokwa na damu

nagdurugo

mshtuko wa moyo

atake sa puso

kiharusi

atake serebral

mzio

alerdye

kikohozi

ubo

homa

lagnat

mafua

trangkaso

kuharisha

pagdudumi

maumivu ya kichwa

sakit ng ulo

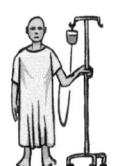

kansa

kanser

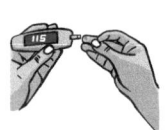

ugonjwa wa kisukari

diyabetis

daktari mpasuaji

siruhano

kisu kidogo cha kupasulia

iskalpel

operesheni

operasyon

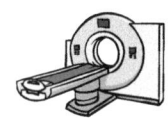

picha changanufu ya mwili

CT

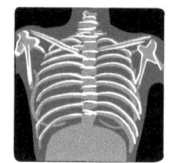

Eksrei

x-ray

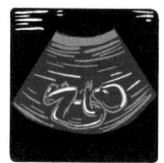

mawimbi sauti

ultrasound

barakoa ya uso

maskara sa mukha

ugonjwa

sakit

chumba cha kusubiri

silid-antayan

mkongojo

saklay

plasta

plaster

bendeji

benda

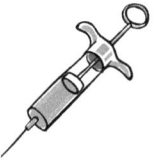

sindano

iniksyon

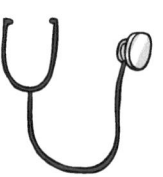

stetoskopu

istetoskopyo

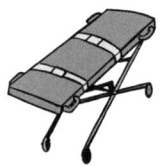

machela

estretser

kipimajoto cha kliniki

klinikal na termometro

kuzaliwa

pagsilang

unene kupita kiasi

labis sa timbang

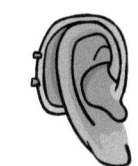

kusikia misaada

hearing-aid

kipukusi

pang-disimpekta

maambukizi

impeksyon

virusi

bayrus

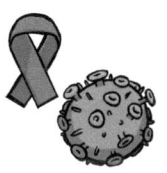

VVU / UKIMWI

HIV / AIDS

dawa

medisina

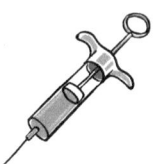

chanjo

bakuna

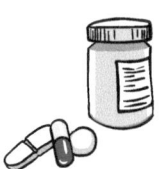

vidonge

mga tableta

kidonge

tabletas

simu ya dharura

emergency na tawag

haemodainamometa

pagmamatyag sa presyon
ng dugo

mgonjwa / mwenye afya

may sakit / malusog

hospitali - ospital

Msaada!

Tulong!

kengele

alarma

pigo

asulto

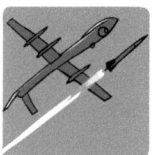

shambulizi

atake

hatari

panganib

lango la dharura

labasang pang-emergency

Moto!

Sunog!

kizima moto

fire extinguisher

ajali

aksidente

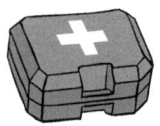

vifaa vya huduma ya
kwanza

kagamitan sa paunang
lunas

wito wa msaada

SOS

polisi

pulis

Ulaya

Europa

Amerika ya Kaskazini

Hilagang Amerika

Amerika ya Kusini

Timog Amerika

Afrika

Aprika

Asia

Asya

Australia

Australia

Atlantiki

Atlantika

Pasifiki

Pasipiko

Bahari ya Hindi

Dagat Indiano

Bahari ya Antaktiki

Dagat Antarktika

Bahari ya Aktiki

Dapat Arktika

Ncha ya Kaskazini

Hilagang polo

Ncha ya Kusini

Timog polo

Antaktika

Antartika

dunia

mundo

nchi

lupa

bahari

dagat

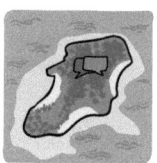

kisiwa

isla

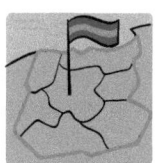

taifa

bansa

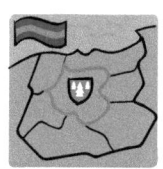

jimbo

estado

dunia - mundo

uso wa saa

mukha ng orasan

akrabu ya saa

orasang kamay

akrabu ya dakika

minutong kamay

akrabu ya sekunde

segundong kamay

Ni saa ngapi?

Anong oras na?

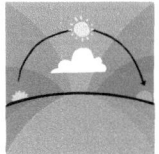

siku

araw

wakati

oras

sasa

ngayon

saa ya dijitali

digital na relo

dakika

minuto

saa

oras

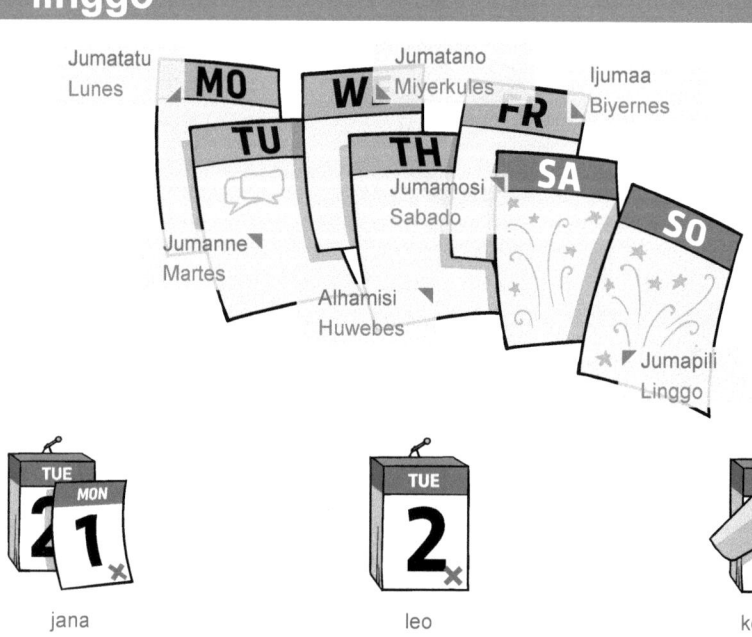

Jumatatu / Lunes
Jumatano / Miyerkules
Ijumaa / Biyernes
Jumamosi / Sabado
Jumanne / Martes
Alhamisi / Huwebes
Jumapili / Linggo

jana
kahapon

leo
ngayon

kesho
bukas

asubuhi
umaga

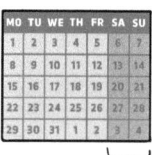

saa sita mchana
tanghali

jioni
gabi

MO	TU	WE	TH	FR	SA	SU
1	2	3	4	5	6	7
8	9	10	11	12	13	14
15	16	17	18	19	20	21
22	23	24	25	26	27	28
29	30	31	1	2	3	4

siku za biashara
mga araw ng negosyo

MO	TU	WE	TH	FR	SA	SU
1	2	3	4	5	6	7
8	9	10	11	12	13	14
15	16	17	18	19	20	21
22	23	24	25	26	27	28
29	30	31	1	2	3	4

mwishoni mwa wiki
katapusan ng linggo

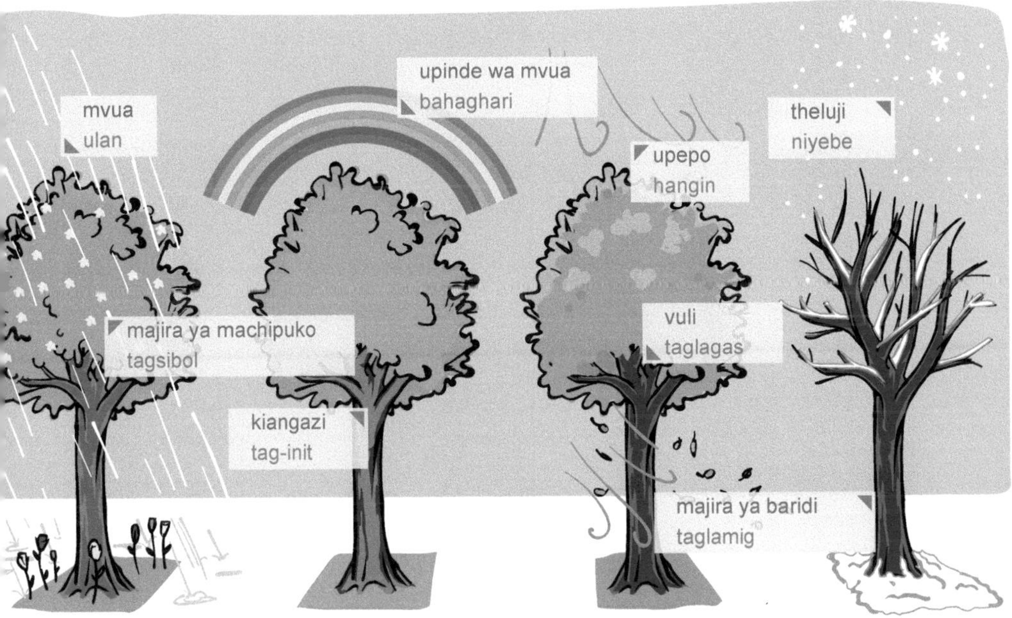

mvua
ulan
upinde wa mvua
bahaghari
theluji
niyebe
upepo
hangin
majira ya machipuko
tagsibol
vuli
taglagas
kiangazi
tag-init
majira ya baridi
taglamig

4.APRIL 11°
5.APRIL 4°
6.APRIL 13°
7.APRIL 8°
8.APRIL 10°

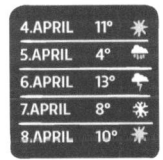

utabiri wa hali ya hewa

lagay ng panahon

F
C
120
90
60
30
0
-30
40
30
20
10
0
-10
-20

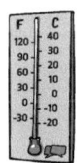

kipimajoto

termometro

mwanga wa jua

sikat ng araw

wingu

ulap

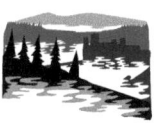

ukungu

hamog

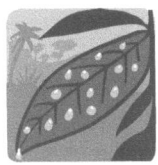

unyevu

kahalumigmigan

umeme

kidlat

radi

kulog

dhoruba

bagyo

mvua ya mawe

may yelong ulan

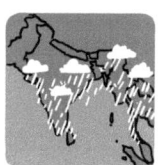

monsuni

tag-ulan

mafuriko

pagkain

barafu

yelo

Januari

Enero

Februari

Pebrero

Machi

Marso

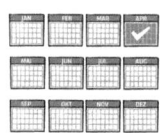

Aprili

Abril

Mei

Mayo

Juni

Hunyo

Julai

Hulyo

Agosti

Agosto

mwaka - taon

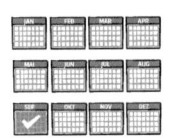

Septemba
....
Setyembre

Oktoba
....
Oktubre

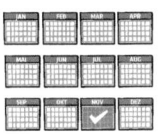

Novemba
....
Nobyembre

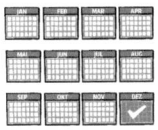

Desemba
....
Disyembre

maumbo
mga hugis

mduara
....
bilog

mraba
....
parisukat

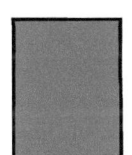

mstatili
....
rektanggulo

pembetatu
....
tatsulok

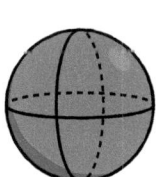

nyanja
....
pabilog

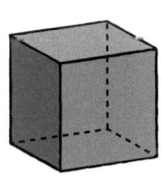

mchemraba
....
kyub

nyeupe

puti

manjano

dilaw

chungwa

kahel

rangi ya waridi

rosas

nyekundu

pula

hudhurungi

ube

bluu

asul

kijani

berde

hanja

brown

jivujivu

grey

nyeusi

itim

mengi / kidogo

marami / kakaunti

hasira / pole

takot / kalmado

nzuri / mbaya

maganda / pangit

mwanzo / mwisho

simula / katapusan

kubwa / ndogo

malaki / maliit

angavu / giza

matingkad / madilim

kaka / dada

kuya / ate

safi / chafu

malinis / madumi

kamilika / tokamilika

kumpleto / kulang

siku / usiku

araw / gabi

wafu / hai

patay / buhay

pana / nyembamba

malawak / makipot

kulika / kutolika

nakakain / hindi nakakain

ovu / ema

masama / mabuti

sisimkwa / udhika

nakakatuwa / nakakainip

nene / nyembamba

mataba / payat

kwanza / mwisho

una / huli

rafiki / adui

kaibigan / kaaway

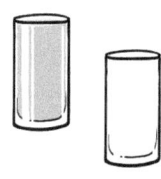

jaa / tupu

puno / walang laman

ngumu / laini

matigas / malambot

nzito / nyepesi

mabigat / magaan

njaa / kiu

gutom / uhaw

mgonjwa / mwenye afya

may sakit / malusog

haramu / kisheria

ilegal / legal

akili / kijinga

matalino / tanga

kushoto / kulia

kaliwa / kanan

karibu / mbali

malapit / malayo

kinyume - magkasalungat

mpya / kutumika
....
bago /gamit na

kitu / jambo
....
wala /mayroon

zee / changa
....
matanda / bata

waka / zima
....
naka-on / naka-off

wazi / fungwa
....
bukas / sarado

utulivu / kelele
....
tahimik / maingay

tajiri / masikini
....
mayaman / mahirap

sahihi / kosa
....
tama / mali

mbaya / laini
....
magaspang / makinis

huzunika / furahia
....
malungkot / masaya

fupi /ndefu
....
maikli / mahaba

polepole / haraka
....
mabagal / mabilis

nyevu / kavu
....
basa / tuyo

joto / baridi
....
maligamgam / malamig

vita / amani
....
digmaan / kapayapaan

nambari

mga numero

0
sufuri
sero

1
moja
isa

2
mbili
dalawa

3
tatu
tatlo

4
nne
apat

5
tano
lima

6
sita
anim

7
saba
pito

8
nane
walo

9
tisa
siyam

10
kumi
sampu

11
kumi na moja
labing-isa

12

kumi na mbili

labindalawa

13

kumi na tatu

labintatlo

14

kumi na nne

labing-apat

15

kumi na tano

labinlima

16

kumi na sita

labing-anim

17

kumi na saba

labimpito

18

kumi na nane

labing-walo

19

kumi na tisa

labinsiyam

20

ishirini

dalawampu

100

mia

daan

1.000

elfu

libo

1.000.000

milioni

milyon

Kiingereza

Ingles

Kiingereza cha Marekani

Amerikan na Ingles

Kimandarini cha Uchina

Tsinong Mandarin

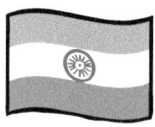

Kihindi

Hindi

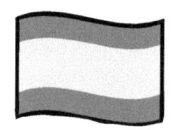

Kihispania

Espanyol

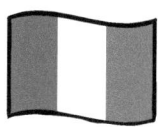

Kifaransa

Pranses

Kiarabu

Arabe

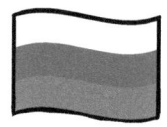

Kirusi

Ruso

Kireno

Portuges

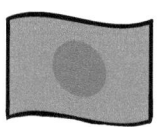

Kibengali

Bengali

Kijerumani

Aleman

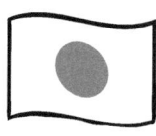

Kijapani

Hapon

mimi

ako

wewe

ikaw

yeye / yeye / ni

siya / siya / ito

sisi

kami

wewe

ikaw

wao

sila

nani?

sino?

nini?

ano?

jinsi gani?

paano?

wapi?

saan?

lini?

kailangan?

jina

pangalan

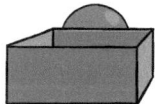

nyuma

likuran

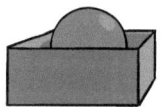

katika

saan

mbele ya

sa harap ng

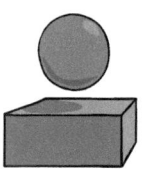

juu ya

itaas

kwenye

sa

chini ya

ilalim

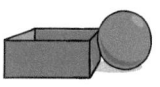

kando

katabi

kati

pagitan

mahali

lugar